பவழ பஸ்பம்

காா. ந. அண்ணாதுரை

Title: Pavazha Paspam

Author: C. N. Annadurai

Language: Tamil

First Published on: 1954

Year of Publication: 2024

Book Format: Paperback

*Page Size: 6inch * 9inch*

Category: Fiction

Subject: Short Novel

No. of pages: 44

ISBN: 978-81-987963-1-8

Published by: Nilan Publishers, Madurai, Tamilnadu, India

பொருளடக்கம்

குறிப்புகளுக்காக

பவழ பஸ்பம்

பகுதி: 1

“சகலாவல்லியே! நீ சாய்ந்திருக்கும் சர்ப்பாசனம் சந்திரசேகர பூபதிக்குச் சந்தனக் கட்டை விற்றதிலே கிடைத்த இலாபத்தால் வாங்கியதுதான். மாலையில் நீ மினுக்கிக்கொண்டு நிற்கிறாயே, பளிங்கு அறையிலே, நிலக்கண்ணாடி, அது, எது தெரியுமா? ஏவலப்பனுக்கு என்னாலே பெருங்கஷடம் வந்தது என்று எவனெவனோ பேசினானே, அந்தச் சமயத்தில், அவனுடைய சஞ்சலத்தைப் போக்க, நான் தந்திரமாக என் மதியை உபயோதித்ததால் வந்தது. அவன், இதனை 60 பொன் கொடுத்து வாங்கினான் என்று நான் கேள்விப்பட்டதாகச் சொன்னேன், அவன் 600 பொன் கொடுத்துப் பெற்ற பொருள் அது என்பது எனக்குத் தெரியும்! அழுதுகொண்டே கொடுத்தான், அதன் முன்புதான் நீ சிரித்துக்கொண்டே நிற்கிறாய், சிங்காரியாக. உன் உடை, உல்லாசம், மாளிகை, தோட்டம், வண்டி வாகனம், வேலையாள், இவற்றை வேதாந்தம் தேடித் தரவில்லை, மாயாஜாலப் பொருள்களல்ல! மக்கள் மன்றத்திலே நீயும் உன் சகாக்களும் பேசினீர்களாமே, கொள்ளை இலாபம் அடிக்கும் கூட்டத்தின் கொட்டத்தை அடக்க வேண்டும் என்று; அந்தக் கொள்ளை இலாபம் கொடுத்த பொருட்குவியலிலே நீ இருக்கிறாய்! ஏழைகளின் இரத்தத்தை நாங்கள் குடிக்கிறோம் என்று ஏசினீர்களாமே, கூட்டத்திலே.அந்த இரத்தத்தை, நான் கெட்டவாடை போக்கித் தங்கக் கோப்பையிலே ஊற்றித் தந்தேன் உனக்கு, அதை நீயும் பருகினாய். உனக்காகத்தான் நான் அந்த வேலையையும் செய்தேன். உன் அழகுக்கேற்ற அந்தஸ்து தேடிக்கொடுத்தேன். கண்டவர் மெச்சும் காட்சிப் பொருளாக்கினேன். பரிபூரண திருப்தியுடன் பாலும் பழமும் சாப்பிட்டுக் கொண்டு பரிமளவாடை கொண்ட பஞ்சணையில் நீ படுத்துத் தூங்கின போதெல்லாம், நான்

பாழும் கணக்கு கணக்கு என்று அதிலே மூழ்க, இவ்வளவு போக போக்கியங்களை உனக்கு அளித்தேன். நீ, மக்கள் மன்றத்தில் பேசுகிறாய்! மக்கள் கூட்டத்திலிருந்து உன்னைத் தேடி எடுத்து, சீமாட்டியாக்கினேன். நீ சீறிச் சீறிப் பேசினாயாம், மன்றத்திலே. அறிவுகெட்டவளே! நான், வணிகன். இலாபம் பெறுவது என் தொழில். அதை அனுபவிப்பவள் நீ. அனுபவிக்கும் சுகத்தையும் மறந்து, அந்தச் சுகத்தை உனக்கு அளிக்கவே, சுவடியும் கையுமாகக் கிடக்கும் எனக்கு நன்றி செலுத்துவதை விட்டு, யார் பேச்சையோ கேட்டுக் கொண்டு, தாறுமாறாகப் பேசிவிட்டு வந்தாயே, இது தகுமா? நான் சாமர்த்தியமாகத் தொழிலை நடத்தியிரா விட்டால், நீ எங்கு இருப்பாய்! என்ன செய்துகொண்டிருப்பாய்! பாவம் சுடச்சுட நடுப்பகல் வெயிலில் தலையில் சோற்றுச் சட்டியைச் சுமந்துகொண்டு, அங்காடிச் சாவடிக்கு வந்து, எனக்குப் பரிமாறும் பணிப்பெண்ணாக இருந்திருப்பாய். பட்டமகிஷிபோல் உன்னை இப்போது வைத்திருக்கிறேன்; பக்குவம் பெறவில்லையே, நீ. வியாபார முறையை மாற்றப்போகிறீர்களாமே நீங்கள்! வஞ்சனையை வாட்டி வதைத்து, கருணையை முடிசூட்டப் போகிறீர்களாமே. உங்கள் முதுகுக்குச் சூடிட மன்னன் கட்டளை பிறப்பிக்கப் போகிறான். ஜாக்ரதை. நாளை முதல் நீ அந்த நாசகாலர்களுடன் சேராதே. நமக்கிருக்கும் மதிப்பைக் கெடுக்காதே. இந்த மண்டலத்தில் நான் வியாபாரம் செய்வதுபோலச் செய்து பொருள் திரட்டுபவர்கள் பலர் உண்டு. அதிலே பாதகம் இல்லை! வல்லவன் வாழ்வது இயற்கை. இதை மாற்ற முயலும் பேர்வழிகள் வெறும் வீணர்கள். அரசன் அடங்காக் கோபம் கொண்டுள்ளான். நீ என் மனைவி என்பதை மறவாதே. வணிகனுக்கு வாழ்க்கைப்பட்ட உனக்கு வாயாடி வேலை வேண்டாம்!"

சீறிச் சீறிப் பேசினான், கணவன்; சிந்திய கண்ணீரைத் துடைக்கவும் மனமின்றி, அவன் உரையைக் கேட்டுக் கலங்கினாள், அவன் துணைவி, புருஷன் கோபத்தால்

காரசாரமாகப் பேசுகிறானே என்பதல்ல. அவள் கலக்கத்துக்குக் காரணம் அவன் கூறினது உண்மை; அவற்றை அவள் உணராமலேயேதான் இருந்து வந்தாள். அவன் சொன்னபிறகுதான், உண்மை அவளை உறுத்தத் தொடங்கிற்று. அதனாலேயே, அவள் அவ்வளவு கலங்கினாள்.

* * *

புத்தருடைய பொன்மொழிகள் நாட்டிலே பரவிக் கொண்டிருந்த காலம். பூபதிகள், சிலர் புத்தமார்க்கத்தையே தழுவியும் கொண்டனர். பண்டைய மார்க்கம் நிலைத்திருந்த சில மண்டபங்களிலேகூட, சிலர், புத்தமார்க்கத்தைக் கடைப்பிடித்த, பிக்ஷுக்களாகிவிட்டனர். ஓங்கி வளரும் புத்த சமயத்தைத் தடுப்பது, பலமான புயலை விலைகொடுத்து வாங்குவதற் கொப்பாகும் என்று யூகமுள்ள மன்னர்கள் உணர்ந்து நடந்தனர். ருத்ரதேவன் ஆலயமும் அதற்குப் பக்கத்திலேயே புத்தமடமும் கட்டலாயினர். புத்த பிக்ஷுக்களைக் கண்டவுடனே, தமது ஆதிக்கத்துக்கு உலை வைக்கிறார்களே இந்தப் புதுமுறைக்காரர்கள், என்று கோபம்தான் சனாதனமார்க்கப் பூஜாரிக் கூட்டத்திற்கு. ஆனால் வெளியே தெரியவிடுவதில்லை. பௌத்தம், அரிய பெரிய உண்மைகளுக்கு இருப்பிடம். தூய்மைக்குப் பிறப்பிடம், என்று பாராட்டிப் பேசுவர்; இந்த உத்தமமான கோட்பாடுகள் சாமான்யமானவைகள் அன்று, என்று புகழ்வர். இங்ஙனம் புகழுரைகூறிப், புதுமுறைக்காரரை மயங்க வைத்து விட்டு, மெல்லத் தமது மாக்கத்தைப்பிணைப்பர்; இம்முறைகள் அனைத்தும் உபநிஷத்துக்களிலே உள்ளன, வேதசாரம் அது என்று கூறுவர். அவர்களின் வஞ்சகம், பசும் புற்றரையிலே, வளைந்து நெளிந்து செல்லும் சர்ப்பம்போல் உலவிற்று, வேங்கை போலப் பாயமுடியாது, வேந்தர் பலர் புதிய மார்க்கத்தை ஆதரித்து வந்ததால் சனாதன மார்க்கம் சாகசத்தால் மட்டுமே சாகாது தப்பமுடியும் என்ற நிலை. ஒரு பெரிய மாறுதல் ஏற்பட்டு வந்தது மக்களிடை. அதாவது

போக போக்கியங்களிலே ஒருவகைச் சலிப்பு, கொஞ்சம் வெறுப்பு. புத்தரின் வாழ்க்கை வரலாற்றினை, பிக்ஷுக்கள் கூறிடக்கேட்டு நெஞ்சு நெகிழ்ந்த மக்களுக்குச், சுகம் சுகம் என்று அலைவது, கானல்நீர் வேட்டை என்ற எண்ணம் ஏற்பட்டது. போக போக்கியத்திலே பலன் இல்லை என்ற எண்ணம், வேறு ஒரு எண்ணத்தைக் கொண்டுவந்து சேர்த்தது. ஏன் சிலர் போக போக்கியத்திலே புரளவேண்டும்? ஏன், மக்கள் கஷ்டத்தில் உழலவேண்டும்? மக்களை இந்த நிலையில் வைத்திருப்பது கொடுமை அல்லவா? இந்தக் கொடுமையைச் செய்து சிலர் கொள்ளைப் பணத்தைக் குவித்துக்கொண்டு, கோபுரம் அமைத்த மாளிகையும், தடாகம் உள்ள தோட்டமும், அமைத்துக் கொண்டு வாழுவானேன். முத்து, பவழம், வைரம், வைடூரியம், பட்டு முதலியவற்றை, நாட்டுக்கு நாடு எடுத்துச் சென்று விற்றும்; உள் நாட்டிலேயே பொருள்களை, ஒன்றுக்குப் பத்தாக விற்பதும், ஏழைகள் தலையிலே தாங்க முடியாத சுமையை ஏற்றுவதும் கொடுமை. பாடுபடும் மக்களைப் பராரியாக்கிவிட்டு, ஒரு சிறு கூட்டம் மட்டும் பல்லக்குப் பரிவாரத்துடன் வாழ்வது, அக்கிரமமல்லவா, என்ற எண்ணம் தோன்றி, மக்கள் மன்றம், என்ற ஓர் சபை அமைத்தனர். மரத்தடியில் தோன்றி, சாவடியில் குடி ஏறி, பிறகு ஓர் அழகிய மாடி வீட்டிலேயே, நடைபெற ஆரம்பித்தது, மக்கள் மன்றத்தின் கூட்டம்.

* * *

மருதவல்லி, அகவல் அம்பலவாணக் கவியின் அழகு மகள். வணிகருக்கு வாழ்க்கைப்பட்டவள். அமபலவாணரின், கவிதைகளிலே, சமுகத்திலே ஏழைகள் படும்பாடுகளே, கருத்தாக இருக்கும். எனவே, மருதவல்லியின் மனத்திலே, மக்கள் மன்றத்தார் பேசியவற்றின் வித்து ஏற்கெனவே ஊன்றப்பட்டிருந்தது. மக்கள் மன்றத்தினர் பேசப்பேச அவன் மனத்திலே, வித்து முளைவிட்டுச் செடி கொடியாகிவிட்டது. அவளுடைய முயற்சியாலும் உதவியாலுமே, - அந்த அழகான

மாடி வீட்டிலே, மக்கள் மன்றம்கூட ஆரம்பித்தது. மற்றவர்கள் பேசுவதைக் கேட்கும் நிலை மாறி, மருதம், பேச ஆரம்பித்தாள் மன்றத்திலே, அம்பலவாணரின் அருங்கவிதைகளால் உண்டான அரிய கருத்துக்களை, மருதவல்லி, மக்கள் மன்றத்திலே, எடுத்துக் கூறி, மன்றத்தினருக்கே புதிய பார்வை பிறக்கச் செய்தாள். சில புத்த பிக்ஷுக்களும், மக்கள் மன்றத்தினருக்கு உதவி செய்யலாயினர். மன்னன், மக்களை ஏய்ப்பதில் மதிமிக்கவன்; 'மொட்டைத்தலையருக்கு மடமும், கொட்டை கட்டிகளுக்குக் கோவிலும் கட்டிக் கொடுத்துவிட்டால், சட்டமும் சாந்தியும் நிலைத்துவிடும், பயம் என்ன,'' என்பது அவனுடைய ஆட்சிமுறை மக்கள் மன்றத்தின் வளர்ச்சிபற்றி, அவன் கேள்விப் பட ஆரம்பித்ததே, மருதவல்லியின் புகழ் ஓங்கிய பிறகுதான். மன்னன் முதலிலே கொஞ்சம் கவலைப்பட்டான், பிறகோ, ''ஓ! நமது நவகோடியாரின் மனைவி மருதவல்லிதானா மக்கள் மன்றத்துக்கு ஜீவன். அவ்விதமாயின் அஞ்சவேண்டுவதில்லை; மன்றத்தின் சக்தியை, சிறியதோர் யுக்தியால் போக்கிவிட முடியும்'' என்று யோசித்தான். வழக்கப்படி, கைகட்டி வாய்பொத்தி நின்று, காரியம் ஏதேனும் உண்டோ என்று கேட்க வந்த வணிகர் நவகோடியாருக்கு, அன்று மன்னன் ஆசனம் தந்தான். குளிர்ந்தபானம் கொடுக்கச் செய்தான் பணியாளை ஏவி; புன்னகையுடன் பேசலானான்.

''நவகோடியாரே! நமது எல்லையில் உள்ள சந்தனக் காட்டிலே, இரண்டாண்டு கட்டை வெட்டி, விற்பனை செய்யும் உரிமையை உமக்கு அளித்திருக்கிறோம். அதற்கான பட்டயம் தயாராகிவிட்டது'' என்றான் மன்னவன். நவகோடியார், மன்னன் முன் மண்டியிட்டுத் தமது நன்றியைத் தெரிவித்துக் கொண்டார். ''காட்டிலே சந்தனக் கட்டை வெட்டும்போது, ஏதேனும் ஆபத்து ஏற்படக் கூடுமல்லவா! அதற்காக, பத்து போர் வீரர்களின் நீர் பணிபுரிய அமர்த்திக்கொள்ளலாம் என்றும் ஓர் உத்தரவு பிறப்பிக்கிறேன்'' என்று மன்னன் கூறினான்.

நவகோடியாருக்கு, காவலனின் கருணையின் காரணம் புலப்படவில்லை. அரசனுடைய அன்பு, சில சமயங்களிலே ஆபத்தின் முன்அறிவிப்பு என்பது மட்டும் தெரியும். வணிகருக்கு எனவே, யோசிக்கலானான்!

“நவகோடியாரே! உம்மிடம் ஓர் இரகசியம் கூற விரும்புகிறேன். ஆண்டவன் விதித்த முறைப்படி, அரசனும் ஆண்டியும் அனைவரும் தத்தமக்கு ஒரு நிலை எனப் பெற்று உள்ளனர். இந்தத் தத்துவம் தவறானது என்று பேசுவது, பாபச் செயல். ஏழை எளியோருக்கு உபகாரம் செய்யத்தான் வேண்டும். தயாபரன் தனம் தருவதே அதற்காகத்தானே! ஏழைகள் தங்குமிடம், சாப்பாட்டு விடுதி, சாவடி, இவை அமைக்கவேண்டும். ஆனால், ஏழையைப் படைத்தவன் இறைவனாகமாட்டான் என்று பேசுவதா? ஏழையின் நிலைமைக்குக் காரணம், அவனுடைய ‘விதி’ அல்ல, பிரபுக்களின் சூழ்ச்சி என்று பேசுவதா? இதுபோன்ற பாப மொழி பேசுவோர் படுபாதாளத்திலே வீழ்வது மட்டுமல்ல, மக்களையுமன்றோ மீளா நரகுபுகவைப்பர்” என்று கூறினான் மன்னன். நவகோடியார், “அரசே! அதற்கென்ன சந்தேகம்” என்றான்; அவனுடைய வழக்கமான பாடம் அது. “இத்தகாச்செயல் புரிவோரைத் தண்டிக்க நெடுநேரம் பிடிக்காது” என்றான் மன்னன். “ஒரு வார்த்தை சொன்னால் போதாதோ, உளறி உலகைக் கெடுக்கும் அந்தக் கும்பலைத் தூக்கு மேடைக்கே இழுத்துச் சென்றுவிட மாட்டார்களோ, படையினர்” என்று, வீராவேசத்தோடு வணிகர் பேசினார். “உண்மை! ஆனால், அங்ஙனம் நான் உத்தரவு பிறப்பித்தால் உமது உத்தம மனைவியார், மருதவல்லி அம்மையாருமன்றோ சாக வேண்டும்!” - மன்னன் கடைசியில் அம்பை எய்தான். அடிவீழ்ந்து எழுந்தான் வணிகன், கெஞ்சினான்; மன்னன், பிறகு மக்கள் மன்றத்திலே மருதவல்லி பேசுவது பற்றிக்கூறி, உடனே, மருதவல்லியைக் கண்டித்து, மன்றத்துடன் கொண்டுள்ள தொடர்பை அறுத்துக் கொள்ளச் செய்யவேண்டும், என்று எச்சரித்தான். நவகோடியார், அதன்பிறகே, மருதவல்லியைக் கண்டித்தார்.

மருதவல்லி, பணம் தேடித்தேடி பண்பை இழந்துவிட்ட, தன் கணவனிடம் வாதாடி, அவனைத் திருத்துவது முடியாத காரியம் என்பதை உணர்ந்தாள். கணவனுடைய கருத்திலே நெளிந்துகொண்டிருந்த சுயநலத்தையும் பேராசையையும் சாகடிக்கத் தக்கதிறமை தனக்கு இல்லை என்பதையும் உணர்ந்தாள். இவற்றை விட அதிகத் தெளிவாக வேறொன்றையும் மருதவல்லி உணர முடிந்தது. கணவன் மனம் கோணாமல் நடந்து கொள்வோம், நாட்டிலே உள்ள காட்டு முறையைப் போக்க நாம் தானா இருக்கிறோம். மற்றவர்கள் அக்காரியத்தைக் கவனித்துக் கொள்ளட்டும், நாம் 'குடும்ப விளக்காக' இருந்து விடுவோம் என்ற எண்ணத்தைத் தன்னால் கொள்ள முடியவில்லை என்பதை உணர்ந்தாள். வாழ்வுக்காகக் கொள்கையை மறந்துவிட முடியாத அளவுக்கு, மருதவல்லியின் மனம் உரம் பெற்றுவிட்டது. எனவே, இனிக் கொள்கைக்காகப் பணிபுரிவது, அதற்காக, 'விடுதலை' பெறுவது என்ற துணிவும் பிறந்துவிட்டது.

அந்த அழகிய முகத்தோற்றத்தையும் அன்பு வழியும் விழிகளையும் கண்டு, நவகோடியார், பரவசமடைந்த காலம் ஒன்று உண்டு; அது பேழைகளிலே, முத்து, பவழம், வைடூரியம் நிரம்பாததற்கு முன்பு!

அரண்மனையிலே செல்வாக்குப் பெற்றுள்ள நிலையில்; இருக்கிறோம் - இந்த மருதம் அரசிளங்குமரிகளுடன் அளவளாவி அகமகிழ்வதைவிட்டு, அறமாம், நெறியாம், அன்பாம், அருளாம், சங்கமாம், சன்மார்க்கமாம், இவ்விதமான கவையற்றவற்றைக் கட்டி அழுகிறாளே என்று கவலைப்பட்டான் முதலில்; மன்னன் மிரட்டியபிறகோ, மருதவல்லிமீது நவகோடிக்கு வெறுப்பே பிறந்துவிட்டது - வெண்ணிலாவின் மீது ஏற்பட்ட மோகம், அந்த வெறுப்பை அதிகமாக்கிவிட்டது. வெண்ணிலா, அரண்மனைப் பணிப்பெண். அலங்காரத்தால் அழகுக் குறைவையும், ஆடல்

பாடலால் வஞ்சகத்தையும் மறைத்துக்கொண்டிருந்த மயக்க மொழியினள்.

நவகோடியாரின் மனைவியாக இனியும் இருத்தல் இயலாது என்பதைத் தெளிவாகத் தெரிந்துகொண்டாள் மருதம். நள்ளிரவுச் சந்திப்புகளும், அவசர அணைப்புகளும் போதாது, மாளிகையிலேயே வெண்ணிலா வந்திருக்கவேண்டும் என்ற அளவுக்கு ஆசைக்கனல் புகுந்துவிட்டது நவகோடியார் உள்ளத்தில். எனவே, கவிராயருக்கு ஓலை அனுப்பப்பட்டது. மகளைக் கண்டு அறிவுரை கூறி, ஒழுங்காக நடந்துகொள்ளச் சொல், இல்லையேல், உன்னோடு அழைத்துச் செல், என்பதே ஓலையின் கருத்து - வெண்ணிலாவின் வெற்றிகளிலே அதுவும் ஒன்று - அதிக விலை கொடுத்தும் அந்த வெற்றியை அவள் பெறவில்லை, இரண்டொரு 'இச்'சொலிகள் மட்டுமே செலவிட்டாள்.

மக்கள் மன்றத்தின் எதிர்காலமே, மருதவல்லியின் நிலை என்ன ஆகிறது என்பதைப் பொறுத்திருந்தது. பொறி பறக்கப் பேசினாள்! அறம் என்றாள், போர் என்றாள், முழக்கத்துக்குத் குறைவில்லை. எனினும், வசதியான மாளிகை வாழ்வை இழக்க நேரிடும் என்ற தெரிந்ததும், மருதவல்லி, கொள்கையைக் கட்டிப் பரண்மீது போட்டுவிட்டு, சீமாட்டி வாழ்வையே நடத்துகிறாள் என்று நிலை ஏற்பட்டுவிட்டால் மன்றத்திலே திகைப்பு மிகுந்துவிடும், மூடுவிழாத்தான் பிறகு! மருதவல்லி இதனை நன்கு அறிந்திருந்தாள். மனப் போர் பலமாக, மக்கள் மன்றத்தின் எதிர்காலம், தன் முடிவுடன் இணைக்கப்பட்டிருப்பதை உணர்ந்தாள், காட்டிக்கொடுக்கும் கயமைக்குணம் அவளிடம் தலைகாட்ட மறுத்தது. ஆனால், கணவனைவிட்டு விலகுவது, கொள்கைக்காக என்ற உண்மையை அறியாத மக்கள் கோணல் நடத்தைக்காரியோ என்று சந்தேகித்தால் என்ன செய்வது என்ற சஞ்சலம் மட்டும் அவளை வாட்டி வந்தது. வெண்ணிலா வீண்வதந்திகளைப் பரப்புவாள் என்ற அச்சமும் இருந்தது மருதவல்லிக்கு.

தலையணை நனைந்தது, கூந்தல் பளபளப்பை இழந்தது, இறுதியில் சஞ்சலத்தையும் அச்சத்தையும் கடந்தாள். கவிராயரிடம் தன் உள்ளக்கிடக்கையை ஒளிவு மறைவு இன்றி எடுத்துரைத்தாள்.

"நான் பெருமை அடைகிறேன் மகளே! பெருமை அடைகிறேன்! வீரமும் அறமும் உருவெடுத்ததுபோல் இருக்கிறாய். வா, அம்மா! இனி நாம் நமது இல்லம் செல்வோம்" என்று கவிராயர் கூறியபோது, நீண்ட நாட்களாக அவளை விட்டுப் பிரிந்திருந்த புன்னகை திரும்பிவந்து தவழ்ந்தது.

"தொலைந்தால் போதும். மனைவியாகக்கொண்ட தோஷத்துக்காகப் பணம் வேண்டுமானாலும் அழுகிறேன்" என்று நவகோடியார் கூறியபோது "பணமா! வேண்டாமப்பா... உன்னிடம் இருப்பது அது ஒன்றுதானே, கட்டிக்காத்துக் கொண்டிரு" என்று முதியவர் கூறினார். மருதவல்லி தாக்கவந்து நவகோடியாரைத் தைரியமாகவே தடுத்து நிறுத்தினாள். தந்தையும் மகளும், மாளிகையைவிட்டு வெளி ஏறினார்கள் - மன்னன் மகிழ்ந்தான், வெண்ணிலா விருந்தளித்தாள் தோழிகளுக்கு!

விளக்கமில்லாத மக்கள், தன் மகளைக் குறித்துக் கேவலமாகப் பேசுவர் என்பதை எண்ணி, கவிராயர் சிறிது ஆயாசமடைந்தார் எனினும், தூற்றலைத் தாங்கிக் கொண்டு, தூயவாழ்க்கையாலும், தொண்டின் சிறப்பாலும், மக்களின் ஏளனத்தையும் வீழ்த்தவல்லவள் மருதவல்லி என்ற தைரியம் அவருக்கு இருந்தது. கிராமம் சென்று, சிறார்களுக்கெனப் பணியாற்ற ஏற்பாடு செய்வது என்று திட்டமிட்டார். மருதவல்லியோ மனத்திலே வேறோர் திட்டம் வகுத்து வைத்திருந்தாள். ஊர்க்கோடி வந்ததும், தந்தையின் காலைத் தொட்டுக் கும்பிட்டுவிட்டு, மருதம் "அப்பா! இனித் தாங்கள் வீடு செல்லலாம் நான் போகவேண்டிய இடம் இதோ" என்று

கூறி, புத்தமார்க்க போதனைக்காக அமைந்திருந்த மடாலயம் ஒன்றைக் காட்டினாள். ஒரு கணம் திகைத்துப்போனார் கவிராயர் - எனினும் மாற்ற முடியாத முடிவு அது என்பதையும், மக்களின் கேலியும் எதிர்ப்பும்கூட மகளைத் தீண்டமுடியாத நிலையைத் தரத்தக்க திரு அகம் அந்த இடம் என்பதையும் உணர்ந்தனர். "மகளே! தடைகூற நான் யார்! தள்ளாத பருவம் எனக்கு; உன் துணை கிடைக்கும் என்று எண்ணினேன். தூயஒளி உன்னை அழைக்கிறது. குழந்தாய்! சென்று சேவை செய்! நான் என் கடைசி மூச்சு இருக்கும்வரையில் பறிவுப் பணிபுரிந்தே வருவேன்" என்று கூறினார். மருதவல்லி மடாலயம் சேர்ந்தாள், கவிராயர் கிராமம் சென்றார், வெண்ணிலா நவகோடியார் மாளிகை புகுந்தாள்!

* * *

மக்கள் மன்றம் மகிழ்ந்தது. மருதவல்லியின் 'தியாகம்', மன்றத்தின் பெருமையை மண்டிலம் அறியச் செய்தது. கொள்கைக்காக வாழ்வின் சுவையை இழக்கும் பண்பு வளரும் புத்தமார்க்கம் செல்லும் என்ற நம்பிக்கை பலப்பட்டது. மன்னன் மார்த்தாண்டனுக்கு அடக்க முடியாத கோபம். இனித் தாக்கித் தீருவது என்ற முடிவுக்கு வந்தான் - தாக்கீதுகள் கிளம்பின, புத்த மடாலயங்களைக் கலைத்து விடும்படியும், சதிகாரர்களைச் சிறைப்படுத்தும்படியும், மருதவல்லி தங்கியிருந்தது, புத்த மடாலயம் கூட அல்ல, புத்த மார்க்கம் அளித்த நன்னெறியின் மாண்புகளை மக்களிடம் எடுத்துரைத்து, மாசுதுடைக்கும் பிரசாரம் புரியும் அமைப்புத்தான் எனினும், அந்த மடாலயத்துக்கும் மக்கள் மன்றத்துக்கும் இருந்த தொடர்பைக் காரணமாகக் காட்டி, புதிய மார்க்கப் போதனை என்ற திரை மறைவில் வெளிநாட்டு வேந்தனை வரவழைத்து அரநாட்டைத் தாக்கச் சதி செய்கிறார்கள் என்று மன்னன் மார்த்தாண்டன் கூறினான் - சட்டம் கொட்டலாயிற்று. மருதவல்லி மகிழ்ந்தாள்.

அறநெறிப் போதனையில் ஈடுபட்ட மக்கள் மன்றம், ஆதிக்கம் புரியும் அரசனை அச்சமடையச் செய்திருக்கிறது என்பதை எண்ணிப் பெருமகிழ்வு கொண்டாள். இவை கத்திக் காணப்போகும் காரியம் என்ன, இவர்கள் என்ன செய்து விட முடியும், என்று இறுமாந்து கிடந்த மன்னன், இவர்களைச் சிறையிலே தள்ளினால் மட்டுமே அரநாடு தன் ஆதிக்கத்தில் இருக்கும் என்று எண்ணிட வேண்டிய கட்டம் இவ்வளவு விரைவிலே வந்து விட்டதே என்பதை எண்ணிப் பூரிப்பும் பெருமையும் அடைந்தாள். சிறைக்குமட்டுமல்ல, சித்ரவதைக்கே தயாராக இருக்கிறார்கள் தன் நண்பர்கள் என்பதைக் கண்டறிந்த போது, மருதவல்லிக்குப் பெருமை ஓங்கி வளர்ந்தது. வெற்றி! வெற்றி! என்று தனக்குள் கூறிக்கொண்டாள். பிடி! அடி! என்று மன்னனுடைய போர்வீரர்கள் கொக்கரித்தனர், மருதவல்லியின் செவியிலே, வெற்றி! வெற்றி! என்ற சத்தமே கேட்டது.

“உண்மை கூறிவிடு. சதித்திட்டம் என்ன?”

“திட்டம் என்ன என்று கேள் - சதி ஏதும் கிடையாது. மமதை நிறைந்த மன்னன், கபடம் நிறைந்த குரு, இந்த இடுக்கிலே சிக்கிச் சீரழியும் மக்களை அறிவு பெறச் செய்து, விடுவிப்பதே எமது திட்டம்”

“விடுதலைப் போரா! வீராங்கனையே! விழி, வேலா குமோ! மொழி, கணையோ! மன்றமாம், மன்றம்! நாட்டுக்கும் மதத்துக்கும் நாசம் தேடும் காலிகள் கூடிடும் குகைக்குப் பெயர், மன்றம்!”

“எது அப்பா, காலிகள் கூட்டம்? உத்தமமான கொள்கைக்காக உயிரையும் இழக்கத் துணிந்து, ஊராள்வோனிடம் ஊழியம் செய்து, கொழுக்கும் உலுத்தர்களின் உறுமலைச் சட்டை

செய்யாது மக்களின் நல்வாழ்வுக்காகவும், மார்க்கத்தின் மாசுபோக்கவும் பாடுபடும் நாங்களா காலிக்கூட்டம்''

சிறைவிசாரணைக் கூடத் தலைவனால் அதற்கு மேல் பேச முடியவில்லை. மருதவல்லியின் பேச்சிலே கனல் தெறித்தது. உடலிலே இரத்தம் பீறிட்டு வருமளவு சவுக்கடி விழுந்தது. பதறவில்லை! மருதவல்லியின் அஞ்சா நெஞ்சு கண்ட மற்றவர்கள், கொஞ்ச நஞ்சம் கொண்டிருந்த அச்சத்தையும் நீக்கிக் கொண்டனர். விடுதலை தருவதாயினும், தமது பிரசாரத்தை விட முடியாது என்று சூள் உரைத்தனர். எங்கிருந்து 'இதுகளுக்கு' இவ்வளவு துணிவு பிறந்தது? எங்கோ உலவிய புத்தனுக்கு, புத்தனுக்கு, இப்படி, நாடெங்கும் படைகளா! என்ன ஆச்சரியம்! என்று எண்ணினான், சிறைக் கூடத் தலைவன் - அவனையும் புத்தமார்க்கம் தழுவ முனைந்து - மிக்க சிரமப்பட்டு அதனைத் தடுத்து நிறுத்தினான்.

* * *

அரநாடு புரட்சியைப் பொசுக்கியே தீரும், புதுமார்க்கம் புக இடமளிக்காது, என்று முழக்கமிட்ட மார்த்தாண்டன்,அறநெறிப் பிரச்சாரம் செய்து வந்த மருதவல்லி போன்றாரைச் சிறையிலே தள்ளியதோடு விடவில்லை, இதனையே வாய்ப்பாகக் கொண்டு, 'வருவாய்' தேடவும் ஒரு வழி வகுத்துக்கொண்டான். புரட்சிக்காரர்கள், புது மார்க்கத்தைப் புகுத்த முனைவோர், ஆகியோரைச் சிறைப்படுத்துவதுடன், அவர்களின் சொத்துக்களைப் பறிமுதல் செய்வது என்று திட்டமிட்டான். துளியும் தொடர்பு அற்ற பல செல்வர்களையும், புது மார்க்கத்துக்கும் தங்களுக்கும் தொடர்பு இல்லை என்பதை எடுத்துக்காட்டுவதற்காக, தேரும் திருவிழாவும் அபிஷேகமும் ஆராதனையும் பழைய கடவுளருக்குச் செய்து, 'பக்தர்' கோலத்தைக் காட்டினர், பலர். வெண்ணிலா வேலுடையான்

கோவிலுக்கு நடத்திய உலாஉற்சவம், நவகோடியாரின் அடிவயிற்றைக் கலக்கிவிட்டது - அவ்வளவு பெரும் செலவு - வெண்ணிலாவுக்கு ஊர்ப்பிரமுகர்கள், உயர் குடும்பத்தினரின் புகழ்மாலை கிடைத்தது! வெண்ணிலாவின் 'பக்தி' ஒளி குறித்து அரண்மனையிலும் பேசப்பட்டது. நவகோடியாருக்கு வர இருந்த ஆபத்தை நீக்கிவிட்டதாக வெண்ணிலா கருதி மகிழ்ந்தாள் - ஆனால், வேல் பாய்வதுபோலச் சேதி வந்தது, மருதவல்லியின் மாஜி கணவன் என்ற காரணம் காட்டி நவகோடியாரையும் மன்னன் குற்றம் சாட்டப்போகிறான் என்று தெரிந்தது. வெண்ணிலா விம்மினாள்.

* * *

"கடுகடுத்த முகமல்லவா காட்டினாய், கள்ளி! காவி உடைக்கு ஏற்றபடி நடந்துகொள் என்று ஏசினாயே! உன் கண்கள் கமலம் என்றேன், பவளம் உன் அதரம் என்றேன். முத்துப் பற்கள் என்றேன், செந்தேனே! என்றேன் – ஆண்டிக்கு ஆகாது இந்தக் காரியம் என்றல்லவா, அன்று சொன்னாய். அறிவிலி! அன்று நான் ஆலயத்துக்கு மலர்கொடுத்து அளிப்பவனாக இருந்தேன் என்கிற அலட்சியம்தானே உனக்கு! இன்று நான் மார்க்க விசாரணைகூடத் தலைவனாகிவிட்டேன்; காலடி வீழ்கிறாய்; அல்லவா? உன் மயக்குமொழிக்கு நான் வீழ்வேன் என்று எண்ணாதே. நவகோடி கிடைத்துவிட்டான் என்ற மண்டைக் கர்வத்தில், இருந்தாய். படு! படு! அவன் சொந்தப் பறிமுதலாகும்! அவனுடன் இருந்த உனக்கும் சிறைதான்! சிரிக்கவும் தைரியம் வருகிறதே. உனக்கு! இந்தச் சாகசத்துக்கு, நான் பலியாகமாட்டேன்! மோகனப் பார்வையைக் கண்டு நான் ஏமாறமாட்டேன்! ஏ! வெண்ணிலா! சற்று விலகியே நில்! ஆடை நெகிழ்ந்தால், என் உறுதி ஒன்றும் கவிழ்ந்துவிடாது. அந்த ஆட்கொல்லிப் பார்வையை வேறு ஏமாளிமீது செலுத்து. போ! போ! இங்கு ஏன் நிற்கிறாய்! என் அருகே வராதே! சீ! எழுந்திரு, என் பக்கத்தில் ஏன் உட்காருகிறாய். பத்தினித் தங்கமல்லவா நீ! என்னைத் தொடலாமா!

வேண்டாம்; வேண்டாம், உன் சரசம்! விளக்கை அணைக்காதே! விடு! விடு! போடி மாயக்காரக் கள்ளி! யாருக்கு வேண்டும் உன் முத்தம்! உஹு... முடியாது... வேண்டாம்... கீழே தள்ளிவிடாதே... வெண்ணிலா! வெண்ணிலா... அன்பே! இவ்வளவு ஆசையை எங்கே ஒளித்து வைத்துக் கொண்டிருந்தாய்... இந்த இன்பத்தைப் பெற நான் எவ்வளவு ஏங்கிக்கிடந்தேன்... இன்று தான் உன் திருஉள்ளம் இடமளித்ததா... தேனே! தேவாம்ருதமல்லவா தருகிறாய்! பேசாதே... நீ பேசவே கூடாது... உன்னை நான் விடவே மாட்டேன்... தன் உடலில் பாதியை உமையவனுக்குத் தந்த சிவமதக்காரனல்லவா நான்! சக்தி! நம் சக்தி!... ஆஹா! இந்த விருந்தை நவகோடியானல்லவா பெற்று வந்தான்... கண்ணே! வெண்ணிலா!... கட்டளையிடு... என்ன செய்ய வேண்டும், அவனைக் காப்பாற்றுவதா, உனக்காகச் செய்கிறேன்... காரியம் முடிந்ததும் மறந்து விடுவாயோ என்னை... இந்த அன்பு நிலைத்து இருக்குமா... அடிக்கடி வருவாயல்லவா... அன்பே! இன்பமே!...

பகுதி: 2

மார்க்கத்தைக் கெடுப்பவர்களை விசாரித்துத்தண்டனை அளிப்பதற்காக நிறுவப்பட்ட தனி விசாரணைக் கூடத் தலைவன் தானப்பனின், படுக்கை அறைப்பதிகம் மேலே இருப்பது. வெண்ணிலாவுக்காக, தானப்பன் பதிகம் பொழிந்தான், அவள் அதற்கேற்ப அபிநய விருந்தளித்தாள். நவகோடியார் தப்புவதற்கான திட்டம் தீட்டப்பட்டது. ஒளி நிரம்பிற்று, அறையிலும் வெண்ணிலாவின் மனத்திலும்.

* * *

நவகோடியாரைக் காப்பாற்றுவது மட்டுமா, சிறையிலே உள்ளவர்கள் அனைவரையும் விடுவிக்கவும் செய்யலாம், வெண்ணிலாவுக்காக, என்றுதான் தானப்பன் எண்ணினான், அவள் மகிழ்வளித்தபோது. கதிரவன் கிளம்பினான், அவன் மனத்திலேயும் புது எண்ணம் உண்டாயிற்று. பொருளும் தட்டிப் பறித்தாக வேண்டும் என்று திட்டமிட்டான். நவகோடி வருவான் என்பது தெரியும், வெண்ணிலா, உருத்திராட்ச மாலையை அறுத்தபடி, அதைத்தானே அவனிடம், முன்னாள் இரவு சொன்னாள். மறந்துவிடவா முடியும்!

"புத்தமதத்தைப் புகுத்த அல்லவா சதி செய்கிறார்கள். இரக்கம் காட்டலாகாது இந்தத் தீயவர்களிடம் - திருநெறியை ஒழிக்கத் திட்டமிடுகிறார்கள்."

"ஏழை எளியவர்களை எப்படியோ மயக்கிவிட்டார்கள்"

"இல்லாதவனிடம் ஆத்திர மூட்டினால் எதையும் செய்வானல்லவா!"

“ஒரு பிரபல வியாபாரியின் மனைவியும் இதிலே சேர்ந்திருப்பதுதான் ஆச்சரியமாக இருக்கிறது”

“மன்னன் சீற்றத்துடன் இருக்கிறான்.”

தானப்பன், அடுத்த தானப்பனுடன் உரையாடல் நடத்துகிறான், வெண்ணிலாவின் ஏற்பாட்டின்படி, நவகோடியார் வருகிறார் காலடி வீழ்கிறார்.

“ஐயனே! என்னைக் காப்பாற்றக் கோருகிறேன். என் மனைவி... மகாபாபி...”

“பதறாதே அப்பா பதறாதே! என்ன செய்யலாம். உன் தீவினை அவள் உருவில்!”

“எப்படியாவது அவளை மீட்டாக வேண்டும். அவளுக்காக அல்ல. என் மனைவி இப்படிப்பட்டவள் என்று தெரிந்தால் என் மானம் போகும், வியாபாரம் நாசமாகும்.”

“உண்மைதான். சொத்தும் பறிமுதலாகக்கூடும்”

“ஆமாம் அரசன் கடுங்கோபத்துடன் இருக்கிறார் அரசைக் கவிழ்க்கச் சதிசெய்தால் கோபம் வராமலிருக்குமா”

“மன்னன் கோபிப்பது மணிமுடி பறிபோகுமோ என்பதற்காக அல்ல. மதம் - நமது மதம் - புராதன மார்க்கம் - வேதநெறி - இதை நாசம் செய்ய ஒருகூட்டம் கிளம்பி இருக்கிறதே என்ற கோபம்தான்”

“தாங்கள்தான் நல்வழி காட்டவேண்டும்”

“நேற்றிரவு வெண்ணிலா ஒளியுடன் இருந்த நேரம், நான் இதுகுறித்து யோசித்தவண்ணமிருந்தேன். நவகோடியாரே! சதிபுரியும் ஒரு பெண்ணை ஏனய்யா துணைவியாகக் கொண்டீர். உமது கண்களை மறைக்கும் அழகியோ அவள்! எவ்வளவு அழகு இருந்தாலும், என்னய்யா! மதத்தை நாசமாக்குபவளிடம் மையல் கொள்ளலாமா!”

“அவளைக் கண்டால், யாரும், சதிகாரி என்று கூறமுடியாது ஐயனே!”

“முகம் நிலவு என்றே வைத்துக்கொள்ளுமய்யா, பொற்கொடி, பூங்கொடி! என்றுகூடப் புகழ்ந்து கூறத்தக்கவள் என்றே வைத்துக்கொள் - அதற்காக - ஒரு பெண்ணின் பிரேமைக்காக, மார்க்கத்தை இழப்பதா”

“நான் அவளை இழக்கச் சம்மதித்தேனே... முன்னால் இருந்த தொடர்பல்லவா, இன்று ஆபத்தாக உருவெடுக்கிறது.”

“ஏதாகிலும் செய்ய இயலுமா என்று யோசிக்கிறேன். இவ்வளவு ஆபத்தும் வந்திராது. உன் போன்றவர்கள் சரியாக நடந்துகொண்டிருந்தால். மடம்கட்ட, மகேஸ்வர பூஜைசெய்ய, பணம் கேட்கும்போது கையை விரித்து விடுகிறீர்கள்.”

“காணிக்கை தரச் சித்தமாக இருக்கிறேன்... மருதவல்லியைக் குற்றமற்றவள் என்று கூறிவிட்டால் போதும்.”

“பெயர் மருதவல்லியா! அழகான பெயர். வணிகரே! உமக்கு என்ன வயதாகிறது, அறுபது இராது?”

“ஐம்பது முடிந்தது - கவலையால் முதுமை தெரிகிறது.”

“இந்த மருதம் இருபதாண்டுப் பெண்ணாமே...”

“ஏறக்குறைய முப்பது இருக்கும்...”

“சரி! மருதம், சித்தசுவாதீனமற்றவள் என்று கூறிவிடுகிறேன் - மருத்துவருடைய வாக்குமூலமும் கிடைக்கச் செய்கிறேன்- விடுதலை கிடைத்துவிடும் - விவரமாக நான் ஏதும் கூறத்தேவையில்லை என்று கருதுகிறேன் - வில்வ பூசைக்காக, ஒரு சிறு கிராமத்தைத் தானமாகத் தந்தால் போதும்”

“கட்டளைப்படி நடந்து கொள்கிறேன்”

* * *

வெண்ணிலாவின் விருந்தும் சீமானின் காணிக்கையும் பலனளித்தது; சிறைக்கூட அதிகாரியிடம், நவகோடியார், தானப்பன் தந்த தாக்கீதையும் மருத்துவர் தந்த ஓலையையும் எடுத்துக்கொண்டு சென்றார்.

“ஓஹோ! அப்படியா? நானே சந்தேகப்பட்டேன்” என்றான் சிறைக்கூடத்தலைவன்.

“வெளியே சொல்ல வெட்கப்பட்டுக்கொண்டு இருந்தேன் வெகு காலமாக” என்றான் வணிகன்.

விடுதலைக்கு உத்தரவிட்டான் - விழுந்து விழுந்து சிரித்தாள் மருதவல்லி.

“பைத்தியமா! எனக்கா! யார், என் கணவரா கூறினார்? உண்மைதானய்யா, உண்மைதான்! பலமுறை, பைத்தியக்காரி நமக்கு என்ன குறை, மாளிகை இருக்கிறது மனோராமாக, செல்வம் இருக்கிறது ஏராளமாக, ஆனந்தமாக அனுபவிப்பதைவிட்டு, ஊர்த்தொல்லையை உன்மேல் போட்டுக்கொண்டு அவதிப்படுகிறாயே, இதுஎன்ன பைத்யக்காரத்தனம் என்று அவர் கூறியிருக்கிறார். பைத்தியமய்யா, எனக்கு, பைத்தியம்! உல்லாச ஓடம் கொந்தளிக்கும் கடலிலே செல்லக் காண்கிறேன். ஓடத்திலே, பார்வை பழுதான பணந்தேடிகள் கூத்தாடக் காண்கிறேன், குழப்பம், பீதி, ஏற்படத்தானே செய்யும்!” என்று மருதவல்லி கூறக்கேட்ட, சிறைக்கூடத்தின் தலைவன், பரிதாபப் பட்டான், பித்தம் முற்றிவிட்டது என்று எண்ணிக்கொண்டு மாளிகைக்கு அழைத்துச் சென்றான் நவகோடி. வெண்ணிலாவின் விழி, மருதத்தை ஓராயிரம் கேள்வி கேட்டது. மருதவல்லியின் சிரிப்பின் பொருள் அவளுக்கு விளங்கவில்லை!

“பெயர், வெண்ணிலாவா! அழகான பெயர். அவருக்கு உன்னிடம் நிரம்ப ஆசையா? இருக்கும், இருக்கும். ஆவலைக் கிளறும் விழிதான் உனக்கு. வெண்ணிலா! நான் அவருக்கு ஏற்றவளாக முடியாமற் போய்விட்டது. உன்னால் அவருக்கு அந்தக் குறை தீரட்டும்” என்று மருதவல்லி சொல்ல, வெண்ணிலாவுக்கு இலேசாகப்பயமே உண்டாயிற்று. மன்னனின் கோபத்தைத் தடுக்கத் தந்திரமாக, மருதவல்லிக்குப் பைத்தியம் என்று கூறச்செய்தோம், பார்க்கப்போனால், இவளுக்கு உண்மையாகவே பைத்தியம் போல அல்லவா இருக்கிறது என்று எண்ணித் திகிலடைந்தாள்.

* * *

நீண்ட நாட்கள் மருதவல்லியை மாளிகையில் அடைத்துவைக்க முடியவில்லை. வெண்ணிலாவுக்கு

வேறோர் பயமும் புகுந்துவிட்டது. மருதவல்லியை மீண்டும் நவகோடி விரும்ப ஆரம்பித்துவிட்டால் என்ன செய்வது என்ற பயம், எனவே, மருதவல்லியை விரட்டத் திட்டமிட்டாள். இதற்குள் கவிராயர் வந்து சேர்ந்தார், சேதியைக் கேள்விப்பட்டு. தந்தையும் மகளும் மீண்டும் மாளிகையை விட்டுக்கிளம்பினர்.

“மேனி வாடி வதங்கிவிட்டது மகளே!”

“மனம் வளமாகிவிட்டதப்பா”

“கறுத்துப்போய்விட்டிருக்கிறாய் கண்ணே!”

“உடல்தானே! உள்ளத்திலே புதிய ஒளி இருக்கிறதப்பா இப்போது”

தந்தையும் மகளும், கவலையற்றுப் பேசுகிறார்கள் - மாளிகையை இழந்தோம், இன்ப வாழ்வு இழந்தோம் என்பது பற்றிய கவலையற்று.

* * *

“என்னங்க! புரட்சி எப்ப வருதுங்க. இந்த ஆடியிலேயா வது வரும்ங்களா?” என்று கேலி பேசுகிறார்கள் பேதைகள். *“டேய்! அதோ, கிழவன் கைத்தடியைப் பார்த்திங்களா! மந்திரக் கோலடா அது, மந்திரக்கோல்”* என்று ஏளனம் செய்கிறான் ஒரு காலி.

மருதவல்லி சிரிக்கிறாள். *“அப்பா! இவ்வளவு பேர்களையும் குணப்படுத்தவேண்டும். வேலை நிரம்ப இருக்கிறது, ஓயாமல் உழைத்தாக வேண்டும்”* என்று கூறுகிறாள்.

ஓயாமல் உழைக்கிறார்கள் இருவரும், திக்கற்றோருக்கு உதவி புரிகிறார்கள், கலனான ஒரு கோவிலில் குடிஏறி, அங்கு கூன், குருடு, செவிடு, ஊமை, கைகால் இழந்தவர் ஆகியோரைத் தங்கவைத்து, பிச்சை எடுத்தும், சிறு உதவித் தொகைகள் திரட்டியும், அன்னமிடுகிறார்கள். திக்கற்றவர்கள் இருப்பதுபற்றி அதுவரை துளியும் கவலைப்படாத அரசு, ஆலயத்தை அவர்கள் தமது இருப்பிடமாக்கிக் கொண்ட செய்தி தெரிந்ததும், வேகமாகக் கிளம்பிற்று, அவர்களைக் காப்பாற்ற அல்ல, ஆலயத்தைக் காப்பாற்ற!

"ஏ! கிழம்! இதென்ன தண்டச் சோற்று மடமாக்கிவிட்டிங்க, தண்டாயுதபாணி கோவிலை" அரசனுடைய படையினர், முதியவரைக் கேட்கிறார்கள், மருதவல்லி பதில் கூறுகிறாள்.

"கோவில் கலனாகிவிட்டது, யாரும் இப்போது இங்கே வருவதில்லை"

"அதனாலே, இதுகளுக்கு வீடு ஆக்கிவிட்டாயா, கோவிலை."

"வெளவால்கள்தானய்யா இங்கு வட்டமிட்டுக் கொண்டிருந்தன."

"வாயாடியாச்சே நீ, தெரியுமே தேவாலயத்தை அசுத்தமாக்கினால் என்ன தண்டனை தெரியுமா?"
"அசுத்தமாக்கவில்லையே. இங்கே இருந்த குப்பை கூளத்தை நான்தான் கூட்டி எடுத்து அப்புறப்படுத்தினேன்."

"வீண்பேச்சுப் பேசாதே. நாளை காலை வருவோம், இடம் காலியாக இருக்கவேணும் - இல்லே... மறுபடியும் கம்பி எண்ணவேண்டியதுதான்!"

மிரட்டிவிட்டு, மேலதிகாரிகளிடம் கூறச் சென்றார்கள் படையினர். பெருமூச்செறிந்தபடி, மருதவல்லி, திகைத்துக் கிடந்த திக்கற்றோரைப் பார்த்து விட்டு, "இந்தக் கன்றாவிக் காட்சியைக் காண மறுக்கிறார்கள் கருணாமூர்த்திகள்" என்று கூற, முதியவர், "நேரம் ஏது மகளே! தேரும் திருவிழாவும் காணவே காலமெல்லாம் செலவாகிவிடுகிறதே! கைகால் போனது களைக் காண நேரம் ஏது! வா, வா, இவர்களை அழைத்துக் கொண்டு, வேறிடம் போகலாம் " என்றார்.

"வேறு எங்கே அப்பா போவது?" என்று விசாரத்துடன் மருதவல்லி கேட்க, கவிராயர் ஒளி நிரம்பிய கண்களால் அவளைப் பார்த்தபடி, "எங்கே போனார் புத்தபிரான்! காடு, மேடு, எங்கெங்கோ சென்றாரே, அழகான அரண்மனை அவருக்கென்று இருந்தும். அன்னக்காவடிகள் நாம் - எங்கு போனால் என்ன! வா, மகளே! வா! மரத்தடியெல்லாம் நமது மாளிகைதான்" என்று கூறினார். மருதவல்லி, தந்தையின் கரங்களை எடுத்துத் தன் கண்களில் ஒத்திக்கொண்டு, "என்குருவப்பா, நீ, எனக்கு ஞானகுரு!" என்று கனிவுடன் கூறினாள், பெரியதோர் மரத்தடி புதிய மாளிகையாயிற்று. தொடர்ந்து தொண்டு செய்து வந்தனர்.

* * *

வெண்ணிலாவும் தொடர்ந்து தொண்டு செய்து வரவேண்டியிருந்தது - தானப்பன் விட மறுத்தான். துவக்கத்திலே அவனுக்குக் கோபம்தான், நிலைமையைத் தனக்குச் சாதமாக்கிக் கொண்டு அவன் தன்னைக் கொடுமை செய்கிறானே என்பதால் பிறகோ அவனுக்கு அது பழகியும் விட்டது, பலனும் கிடைக்கலாயிற்று. சந்தேகம் கிளம்பிற்று நவகோடிக்கு, கேட்கும் துணிவு எழவில்லை, காலம் பிடித்தது. ஆனால் அதற்குள் வெண்ணிலா வேங்கையாகி விட்டாள்.

''எல்லாம் உனக்கு ஆபத்து வராமல் தடுக்கத் தான்'' என்று நவகோடியிடம் கூறினாள், ''என்னால் அந்தக் கிழத்தின் தொல்லையைச் சகித்துக் கொள்ள முடியாது'' என்று தானப்பனிடம் கூறினாள். தானப்பன் சீமானாகி விட்டது, வெண்ணிலாவுக்குத் தெரியுமல்லவா!

தானப்பன், அடிக்கடி மிரட்டலானான் சீமானை. சீமானோ வேகமாகச் சாமான்யராகிக் கொண்டு வந்தார்! இந்நிலையில், வெண்ணிலா தானப்பன் அமைத்துக் கொடுத்த புதிய மாளிகைக்கே சென்று விட்டாள். விசாரம் நவகோடிக்கு ஆத்திரமும்தான், ஆனால், என்ன செய்வது?

தானப்பன் புதிய வெடிகுண்டு வீசினான்.

''அடிக்கடி மன்னர் கேட்கிறார், உம்மைப்பற்றி. நான் பல தடவை சமாதானம் சொல்லிப் பார்த்தாகிவிட்டது. எப்படியாவது, மருதத்தைப் பழைய மார்க்கத்துக்குக் கொண்டு வந்து சேர்த்தாக வேண்டும். அதை நீ செய்து முடிக்காத வரையில் உன் மீது சந்தேகம் இருந்து கொண்டே தான் இருக்கும். எந்த நேரத்திலும் ஆபத்து வரக்கூடும், என்மீது நொந்து கொள்வதில் பயனில்லை'' என்று கண்டிப்பாகக் கூறி விட்டான்.

வெண்ணிலாவை அபகரித்துக் கொண்டான் - செல்வமோ கரைந்துவிட்டது - மிரட்டுகிறான் முரட்டுத்தனமாக; என் செய்வது, என்று துக்கித்தார் நவகோடி தானப்பன், இந்தப் புதியபோக்கு கொண்டதற்குத் தக்க காரணமும் ஒன்றிருந்தது புதுமார்க்கம் சென்றவர்களை ஆசைகாட்டியும் அச்சமூட்டியும், பழைய மார்க்கத்துக்குத் திரும்பி வந்து சேரும்படி செய்வது, திட்டமிட்டு நடந்துவந்தது. திரும்பிவந்தவர்கள், பழையமார்க்கத்தின் பெருமைகளை எடுத்துக் கூறியதுடன், புதியமார்க்கம் கேவலம் நாத்திகம் என்று கூறிவந்தனர். பழைய மார்க்கத்தார்கள் இந்த வேலையை வெற்றிகரமாக நடத்திவந்தனர்.

மயக்கமொழி கேட்டேன், கெட்டேன்!

மதுக்குடம் போலிருந்தது அவள் விழி, ஏய்க்கப் பட்டனே, நாத்திகனானேன்.

மண்டையிலே ஒரே குடைச்சல். கைகால் இழுத்துக்கொண்டது, கண் அவிந்துபோயிற்று, ஆண்டவன் கனவில் தோன்றி பாபிகளைவிட்டு விலகு! புண்ய மார்க்கத்தில், புராதன மார்க்கத்தில் வந்துசேர் என்று கூறினார். தவறை உணர்ந்தேன், புதிய மார்க்கத்தை விட்டுத்தொலைத்தேன், உடனே தீவினை அகன்றது, தன்யனானேன்.

இங்ஙனம் தப்புப்பிரசாரம் நடைபெற்றது; தெளிவற்ற மக்கள் மனத்திலே, மீண்டும் புராதன மார்க்கத்திடம் பற்று பலமாயிற்று. மூடநம்பிக்கை பலப்படலாயிற்று.

மருதவல்லி, புதிய மார்க்கத்தை விட்டொழித்து புராதன மார்க்கத்தை மீண்டும் வந்தடைந்தால், பெரும்வெற்றி கிட்டும் - விருது தனக்குக் கிடைக்க வேண்டும் என்பது தானப்பனின் எண்ணம். எனவே தேளானான். நவகோடி துடியாய்த் துடித்தார். மரத்தடி மடாலயம் விரிவடைந்தது - பொறுப்பும் பாரமும் வளர்ந்தது; தந்தையும் மகளும் தளராது உழைத்து வந்தனர், தோழர்கள் பலர் துணை நின்றனர். புத்த மதம் பரவியிருந்த மண்டலங்கள் சிலவற்றிலிருந்து உதவி அவ்வப்போது கிடைத்து வந்தது - உதவியைக் கடுகளவினதாக்கும் வகையில், வேறு மண்டிலங்களிலே, புராதன மார்க்கத்தால் கொடுமைப்படுத்தப் பட்டுப் புகலிடம் தேடி வந்தவர்களின் தொகை பெருகிற்று. தொகை பெருகியபோது, கடும் நோயும் படை எடுத்தது; மருத்துவரின் முயற்சி போதுமான பலன் அளிக்கவில்லை. இருமல், காசம்,

இளைப்பு, ஈளைகட்டி, இழுப்பு இப்படிப் பலப்பல நோய்கள் பவழ பஸ்பம் தயாரித்துத்தந்தால், கடும் நோயைக் களையலாம் என்றார் மருத்துவர், உயர்தரப் பவழமோ விலை அதிகம் - மருதவல்லியைச் சுற்றிலுமோ அன்னக்காவடிகள்.

மருத்துவர், கிடைத்த மூலிகைகளைத் தருவார், பிறகு ஆயாசமடைவார். பவழபஸ்பம் செய்தால் நல்லது என்று பன்னிப்பன்னிக் கூறுவார். மருதவல்லி, நிலைமை கஷ்டமான தாகிவருவது கண்டு வருந்தினாள்! அதேபோது, தானப்பானால் தாக்கப்பட்ட நவகோடியாரின் நிலைமையும் அவளுக்குத் தெரிய வந்தது, பரிதாபப்பட்டாள்.

* * *

“படமெடுத்தாடும் பாம்பாகிவிட்டான் தானப்பன். பழைய மார்க்கத்துக்கு நீ திரும்பியாக வேண்டுமாம், இல்லையானால் என்மீது பழி தீர்த்துக்கொள்வானாம். என்ன செய்வேன் மருதவல்லி! அவனுடைய பேராசைப் பசியைப் போக்கப் பெரும்பணம் தொலைத்தேன். அதே முறையில் நீண்டகாலம் செய்து வரவும் முடியாது. என்னைக் காப்பாற்றும் பொறுப்பு உன்னுடையதுதான். நீ, புதிய மார்க்கத்தவளாக இருக்கு மட்டும் எனக்கு ஆபத்துதான்” என்று புலம்பலானார் நவகோடியார்.

“வேறு நாடு சென்று விடுவோமா?” என்று யோசனை கூறிய மருதவல்லிக்கு அவர் கூறின பதிலெல்லாம், “இங்கே உள்ள என் நிலபுலம் தோட்டம் தோப்பு வியாபாரம் இவை என்ன ஆவது?” என்பதுதான்.

பவழபஸ்பத்துக்கு வழி என்ன என்று கண்டுபிடிப்பதா, இந்தப் பரிதாபத்துக்குரியவரின் ஆபத்தைத் தடுக்க என்ன வழி என்று கண்டறிவதா, என்ன செய்வாள் மருதவல்லி.

நோயாளிகள் மரணப்படுக்கையில் - மருத்துவர்கள் நிலைமையை எடுத்துக் கூறியபடி - நவகோடியோ, தனக்கு வர இருக்கும் ஆபத்தை எடுத்துக்கூறியபடி. மருதவல்லியின் மனத்திலே கடும் போர் மூண்டது. மாரப்பன் நாள் குறித்துவிட்டான்; நவகோடியார் மருதவல்லியின் காலில் வீழ்வதுதான் பாக்கி - மற்ற அளவு தீர்ந்துவிட்டது.

* * *

மருதவல்லி மாளிகை திரும்பினாள் - மரத்தடியினர் திடுக்கிட்டனர் - தானப்பன் கூடத் திகைத்துப் போனான் - நவகோடியார் களிப்புக்கூத்தாடினார். மருதவல்லி புதிய மார்க்கத்தவரைவிட்டுப் பிரிந்துவிட்டாளாம், பழைய மார்க்கத்தில் சேர்ந்து கொண்டாளாம் என்று ஊரார் பேசிக் கொள்ளலாயினர். சிலர் கேட்கவே செய்தனர், மருதவல்லி புன்னகை புரிந்தாள், வேறு பதில் இல்லை, கவிராயர் கண்ணீர் சொரிந்தார் - மகளைப் போய்ப் பார்க்கவும் அவருக்கு மனம் இல்லை.

“பேதைப்பெண்! அவ்வளவுதான் அவளால் முடிந்தது!” என்று முணுமுணுத்துக் கொண்டார்.

* * *

புதிய மார்க்கத்தைப் பொசுக்கிட அரசின் கடுமையான முறைகளைக் கையாண்டும், கொடுமைகளைத் தாங்கிக்கொள்ள புது மார்க்கத்தினர் முன் வருவதுமுண்டு, பழய மார்க்கத்தைத் தம் பிழைப்புக்கும் ஆதிக்கத்துக்கும் வழியாக்கிக் கொண்டிருந்த பூஜாரிக் கூட்டம், திகைத்தது. ரசமான பாடல்கள், சுவையுள்ள காதைகள், களிப்பூட்டும் கூத்துகள் ஆகியவற்றின் மூலம் புராதன மார்க்கத்தைப் புகுத்தும் பணியிலே, புது உற்சாகம் காட்டி வேலைசெய்து பார்த்தனர். பலன் விரும்பிய அளவு ஏற்படவில்லை.

விசாரப்பட்டனர்.

கொடுமைகளுக்கு ஆளான மக்களோ, புத்தர் உண்மையைக் கண்டறிய எவ்வளவு கஷ்டப்பட்டார் என்பதை எண்ணினர். என்றும் தோன்றாத அளவுக்கு மனத்திலே அவர்களுக்குத் தைரியம் ஏற்பட்டது.

மமதை நிரம்பிய மன்னர்கள், செருக்கு மிகுந்த சீமான்கள், புத்த மார்க்கம் தந்த பொன்னொளியின் காரணமாகச் சீலர்களாகி விட்டனர் என்று செய்திகள் பல பக்கங்களிலுமிருந்து வந்த வண்ணமிருந்தன.

போக போக்கியத்திலே மூழ்கிக்கிடந்தவர்கள், புத்தரின் புத்தொளி கண்டு, ஆசைகளை அகற்றிக் கொண்டனர்; சுயநலத்தை விட்டொழித்தனர், என்று செய்தி கிடைத்தது. அரசனுடைய அக்கிரமத்தால் தாக்கப்பட்ட அரநாட்டு மக்கள், இன்றில்லாவிட்டால் நாளை, புத்தபிரானின் பொன்னொளி, இங்கும் பரவியே தீரும் என்று நம்பினர். கொடுமைகளைக் கண்டு கொதித்து எழும்போக்கினரோ அக்கிரம ஆட்சியை எதிர்த் தொழிக்கவேண்டும் என்று துடித்தனர்.

மக்கள் மனத்தை மாற்றிக் கொண்டு வரும் புத்தப் புயல் ஒரு புறம்.

அக்ரம ஆட்சியை அழித்தொழிக்கவேண்டும் என்ற புரட்சிப்பொறி மற்றோர்புறம்.

இருபெரும் சக்திகளும் ஒன்று கூடிவிட்டால்? மன்னன் மார்த்தாண்டன் இதனைத்தான் எண்ணி அஞ்சினான்.

அரசனுடைய தயவு தமக்கு இருந்தும், மக்களுடைய எதிர்ப்பு வளருவதுகண்டு, பூஜாரிக் கூட்டம் கோபமும் வருத்தமும்

கொண்டது. மக்களை, 'ராஜபக்தி - பழைய மார்க்கபக்தி' கொண்டோராக்குவதற்கான வழியிலே, தளராது உழைத்துவந்தனர்.

பழைய மார்க்கத்திலே ஓரளவு பற்று வைத்துக் கொண்டிருப்போரிலே சிலருங்கூட, மன்னனுடைய ஆட்சி முறையிலே காணக் கிடக்கும் கேடுகளை ஒழித்திட வேண்டு மென்பதிலே ஆர்வம் காட்டினர்.

மன்னராட்சியை ஆதரித்தவர்களிலே சிலர், மக்களுடைய எதிர்ப்புணர்ச்சிக்குக்காரணமே, பழையமார்க்கத்தைத் தமது சுயநலத்துக்குப் பயன்படுத்தும் பூஜாரிக் கூட்டத்தின் புரட்டுதான் என்று எடுத்துரைத்தனர்.

இவர்களிடம் வாதாடுவதே, பூஜாரிக் கூட்டத்தினருக்குக் கடினமானதாக இருந்தது.

“அரசன் ஆண்டவனின் அம்சம்! ராஜனாவது, என்றால், பூர்வபுண்யவசந்தான் காரணம்.”

“அரசன் அக்கிரமம் புரிந்தால்? நாட்டுக்குக் கேடு தான், மக்களுக்கும் கேடுதான்......”

“அப்படிப்பட்ட ஆட்சியை எதிர்த்து ஒழிக்கும் கடமை மக்களுடையதல்லவா...”

“சிவ! சிவ! அரசனை எதிர்ப்பதா? யார்? மக்களா? ஆட்சி முறையைப் மாற்றுவதா! மக்களா? மக்களுக்கு ஏது அந்த உரிமை? எப்படி முடியும் மக்களால்! ஆண்டவனுடைய அம்சத்தை அழிக்கக் கிளம்புவது, ஆண்டவனை அவமதிப்பதாகுமே! ஆண்டவன் சும்மா விடுவாரா?”

“மக்கள் மடிகிறார்கள்! அவர்களுடைய சொத்து சூறையாடப்படுகிறது - சுதந்திரம் நசுக்கப்படுகிறது...”

“துக்ககரமான சம்பவங்கள் தான்!”

“கற்பழிக்கப்படுகிறார்கள் பெண்கள்! கட்டி வைத்துக் கொளுத்தப்படுகிறார்கள் ஆடவர்கள்!”

“மனம் பதறத்தான் செய்யும்!”

“கொதித்தெழும் மக்கள், எவ்வளவு வலிவுள்ள படையையும் எதிர்த்து ஒழிக்கும் வல்லமை பெறுவார்கள்! சந்தேகமா? சிறைகளைத் தூள் தூள் ஆக்கிவிட முடியும். சிங்காரக் கொலு மண்டபங்களை மண்மேடுகளாக்கமுடியும்! தீயோனின் அரண்மனையைத் தீக்கிரையாக்க முடியும்!”

“முடியாது! முடியும் என்ற எண்ணம் கொள்ளவும் கூடாது. அவ்விதமான எண்ணம் கொள்வதே மாபாபம்!”

“பாபமா! மக்களைக் காப்பாற்றக் கிளம்புவதா மாபாபம்!”

“மதியில்லையே உனக்கு! உன்னையும் உன்போன்ற ஜீவராசிகளையும் படைத்து ரட்சிக்கும் ஆண்டவனுடைய காரியத்தைச் செய்ய, நீ, கிளம்புவதா! அவன் ஆணை கேட்டுத்தானே சூரியன் காய்கிறான், அளவோடு! சூரியனால், உலகையே, பஸ்மீகரமாக்கிவிட முடியுமே, செய்கிறானா! செய்ய அனுமதிக்கிறாரா ஆண்டவன்! கடல்நீர் அவ்வளவையும் கண்மூடிக் கண்திறப்பதற்குள், கதிரவனால் குடித்துவிடமுடியும் - அலைகள் நிரம்பிய கடலை மணற்காற்றடிக்கும் பாலைவனம் ஆக்கிவிடமுடியும்! சூரியன்

செய்கிறானா! செய்யவிடமாட்டார் கடவுள்! சர்வசக்திபடைத்தவர், எம்பெருமான். அவர் அறிவார், எதை, எப்படி, எப்போது செய்யவேண்டுமென்று! அவருக்குத் தான் தெரியும்!”

“ஆண்டவனுடைய வல்லமையை, யார் சந்தேகித்தார்கள்! அரசனுடைய அக்கிரமத்தை அல்லவா, எதிர்த்து அழிக்கவேண்டும், என்கிறோம். அந்த அக்கிரமம் ஒழிக்கப்படாவிட்டால், மக்கள் வேதனையிலிருந்து விடுதலை பெறமாட்டார்களே!”

“எப்படி, எப்போது, மக்களின் வேதனையைப் போக்க வேண்டும் என்பது பகவானுக்குத் தெரியும். மழையைப் பொழியச்செய்பவன், நீயா! காற்றை, வீசவைப்பவன், யார் - நீயா? பைத்தியக்காரா! பைத்தியக்காரா! அதுபோலவேதான் இதுவும். அரசனைத் திருத்தவும் ஆட்சி முறையை மாற்றவும் ஆண்டவனால் தான் முடியும். மக்களைச் சோதிக்க மகேசன், எத்தனையோ வழிகளைக் கயைஃள்வார் மன்னனைக் கொண்டு, மேலும் மேலும் வரிகளைப் போடச்செய்வார்! காராக்கிரகத்திலே மக்களை - தலைவர்களைக்கூட - தள்ளும்படி, மன்னனை ஏவுவார்! தாங்கமுடியாத அளவுக்குக் கஷ்டங்கள் ஏற்படுகிறபோது, மக்களின் நிலை எப்படி இருக்கிறது, நினைப்பு எப்படி இருக்கிறது, என்பதைக் கண்டுகளிக்கக்கூடச் செய்வார்!”

“கொடுமைகளைச் செய்பவர் மன்னன் - மகேசன் அல்ல என்பதை மக்கள் தெளிவாகத் தெரிந்து கொண்டார்கள். அதனால்தான் மக்களிடம் எதிர்ப்புணர்ச்சி வீறிட்டு எழுகிறது.”

“முதலில் எழும் - பிறகு விழும்! தெரியுமா விஷயம், மாளிகை வேண்டாம், கணவனே வேண்டாம் என்று கூறிவிட்டு,

புதுமார்க்கத்தாருடன் கூடித்திரிந்துவந்த மருதவல்லி, நமது புராதன மார்க்கத்துக்கே திரும்பிவந்து சேர்ந்து விடப்போவது! சத்தியம் வெல்லும்! பொறுமைதான் வேண்டும்.”

* * *

பகுதி: 3

“வேத நிந்தகர்கள்! சண்டாளர்கள்! பாஷாண்டி மத ஸ்தாபகர்கள்! ஆச்சார அனுஷ்டான விரோதிகள் என்றெல்லாம் கூறினோம்...”

“சர்வநாசம் சம்பவிக்கும்! சர்வேஸ்வரனின் கோபத்துக்கு ஆளாவீர்! என்றுகூடத்தான் சொன்னோம்...”

“வெள்ளத்தை, வைக்கோற் போர்களைப் போட்டுத் தடுக்க முயற்சித்தோம்... பலன்...?”

“பூஜ்யம்தான்! ஏன் மக்கள் மனத்திலே பயம் தோன்ற வில்லை... கீறின கோட்டைத் தாண்டினால் ரௌரவாதி நரகம் சம்பவிக்கும் என்று நம்பி, நடு நடுங்கிக்கொள்டிருந்த மக்கள், இப்போது நிமிர்ந்து நிற்கிறார்கள் - நாம் அதிகமாக அதட்டினால், புருவத்தை நெறிக்கிறார்கள் - இப்படி ஆகிவிட்டதே நிலைமை... முன்பெல்லாம், ஸ்ரீமன் நாராயணமூர்த்தியுடைய லீலா விநோதங்களைப் பற்றிய திருக்கதைகளைக் கூறினால், எவ்வளவு பக்தி சிரத்தையோடு கேட்பார்கள் - எவ்வளவு உருகுவார்கள் - கோபாலகிருஷ்ணன் குழலை எடுத்தார், அதரத்தில் வைத்தார், மதுரகீதம் பொழிந்தார், கீதம் கேட்டதும், கொல்லவந்த புலியும் சாக இருந்த பசுவும், அம்பு எய்திடச் சென்ற வேடனும், அவனால் இறந்திட இருந்த புறாவும், சகல ஜீவராசிகளும் பிரம்மானந்தமடைந்தன என்று கூறினபோது, எவ்வளவு குதூகலமடைந்தார்கள் - கோவிந்த நாமத்தைப் பூஜித்தார்கள்...”

“கோபிகைகளுடன் கண்ணன் பிருந்தவானத்திலே ஆடிப்பாடி இருந்த ஆனந்தக் காட்சியை வர்ணித்த போது, மக்களின் முகமெலாம், செந்தாமரையாகிவிடும்...”

“காணிக்கை குவியும் - பூஜைகளோ அமோகம் - பூதேவர் என்ற பெயருக்கு ஏற்றபடியான நிலைமை நமக்கு... அந்தப் பொற்காலம் போயே, விட்டதே!”

“வேள்வி என்றால், வீண் என்கிறார்கள்! யாகப்பசு என்று கேட்டால், ஜீவஇம்சை என்கிறார்கள் - தானம் என்று கேட்டால், அதிகாரப் பிச்சையா என்று மிரட்டுகிறார்கள், தவசிகள் என்று சொன்னால், எதைத் துறந்தீர்கள் என்று கேட்டுக் கேலி செய்கிறார்கள்.... சகிக்கமுடியவில்லை, அவர்களுடைய போக்கை! புரியவில்லை, ஏன் இப்படிப் போக்கு மாறிவிட்டது என்று! இதை நீக்கும் மார்க்கமோ துளியும் தெரியவில்லை...”

“எல்லாம் புத்தன் கிளப்பிய புயலின் விளைவு தான்.”

“அண்டசராசரங்களைப் படைத்த ஐயனின் மார்க்கத்தை, புத்தப்புயல் அழித்துவிடுவதா...”

“புத்தன்மட்டும் யார்? ஐயன்படைப்புதானே!”

“ஐயனேதான், என்றுகூடத்தான் சொல்கிறார்கள்.”

“ஒரு காரணம், எனக்குத் தெரிந்த அளவிலே கூறுகிறேன்...”

“எதற்கு...?”

“புத்தமார்க்கம் பரவுவதற்கு... காரணம் என்ன என்றால், புத்தனுடைய கதை மக்கள் மனத்தை உருக்குகிறது - ராஜகுமாரன் - போக போக்கியத்தைத் துறந்து அழகு மனைவியையும், குழந்தையையும் பிரிந்து, அடவி எல்லாம் சுற்றி அலைந்து, மக்களுக்குச் சேவை செய்தார், என்று கதை கூறும்போது மக்கள் மனம் பாகாய் உருகத்தான் செய்கிறது. மனிதனுடைய துக்கத்துக்குக் காரணம் என்ன, விமோசனத்துக்கு வழி என்ன, என்பதைக் கண்டுபிடிக்க சித்தார்த்தர் பட்டபாடு, கேட்போர் மனத்தைக் கரையச் செய்கிறது. பொன்னிறமேனி மயங்க, தேகம் துரும்பாக இளைத்துப்போக, அன்ன ஆகாரமின்றி அடவியிலே அலைந்து சிந்தித்துச் சிந்தித்து ஞானத்தைக் கண்டறிந்தார் என்று கூறுகிறார்கள் - கேட்கும்போது, மக்கள் சொக்கிப் போகிறார்கள்.

“போமய்யா, போம்! புத்தி கெட்டுப்போய் உளறுகிறீர்! அரச போகத்தைத் துறந்தாராம், அடவியிலே அலைந்தாராம்... பதினான்கு ஆண்டுகளய்யா, பதினான்கு ஆண்டுகள் - ஒன்றல்ல இரண்டல்ல, பதினான்கு ஆண்டுகள் கானகவாசம் நம் ஐயன் இராமபிரானுக்கு - மரஉரி - கனியும் காயும் உணவு - தரைதான் பஞ்சணை... கல் மனமும் கரையுமே, ராமகாதைகேட்டு...”

“ஆமாம் - முன்பு! இப்போது, மக்கள், ஸ்ரீராமர், அடவிசென்று, அங்கு ஈரேழாண்டு வாசம்செய்தது எல்லாம், அவருடைய தகப்பனாரின் வாக்கைக் காப்பாற்றத்தான் - மக்களுக்காக அலலவே - புத்தர், மக்களுக்காக அல்லவா, அரச போகத்தைத் துறந்தார். என்று கேட்கிறார்கள்.

“கேட்பார்களய்யா, கேட்பார்கள்! அவர்களின் நாக்கை அறுக்கத்தக்க வீரர்கள் இல்லை இப்போது, அதனால் கேட்கிறார்கள்...”

“கானகத்திலே கஷ்டம் அனுபவித்தான் பிறகு, இராமபிரான், நாடு திரும்பி பட்டாபிஷேகம் செய்து கொண்டு சுகப்பட்டார் - புத்தர், துறவியானவர், துறவியாகவே இருந்துவிட்டார் - இது வேறு மக்கள் மனத்தை மயக்கிவிடுகிறது...”

“மயக்கும், மயக்கும்! எவ்வளவு காலத்துக்கு என்பதைப் பார்த்துவிடுகிறேன்...”

“ஒவ்வொரு மண்டலாகப் பரவுகிறது புதிய மார்க்கம்...”

“இங்குமட்டும் என்னவாம்! நேர்த்தியான யாகம் நடத்தி எவ்வளவு காலமாகிறது - ஏதோ ஆலய பூஜைகள் நடக்கின்றன - வேறு என்ன விசேஷம் நடக்கிறது...”

“மன்னனிடம், கூறினேன் - ஆகட்டும் பார்ப்போம் - என்று இழுத்தாற்போலத்தான் பேசுகிறார்... செலவு அதிகமாகுமோ என்று ஆயாசப்படுகிறார்...”

“காமக் கூத்தாட மட்டும் காசைக் கரியாக்கத் தயங்குவதில்லை - கடவுள் காரியமென்றால், கையை விரிக்கிறார்...”

“நானும், ஒவ்வொரு விநாடியும் யோசித்தபடியே தான் இருக்கிறேன் - என்ன செய்வது, என்ன செய்வது என்று...”

“நாங்களும், மக்கள் முன்போலப் பக்தி சிரத்தையுடன் கேட்டாலும் கேட்காவிட்டாலும், பகவத் கதைகளைக் கூறியபடி தான் இருக்கிறோம்...”

“மாபலி கதையைமட்டும், கூறவேண்டாம், இப்போது...”

“ஏன்?”

“வேண்டாம்! மாபலியிடம் மூன்றடி தானம் வாங்கிய மகாவிஷ்ணு, பிறகு, விஸ்வரூபமெடுத்து இரண்டு அடிகளால், பூலோகத்தையும் வான லோகத்தையும் அளந்துவிட்டு, மூன்றாவது அடிக்கு இடம் எங்கே என்று கேட்டு, மாபலியின் சிரத்தின்மீது வைத்தார்...”

“ஆமாம், அதுதான் மகாத்மீயம்...”

“அதுபோல, அரசர்களை அடுத்து தானம் தருமம் கேட்டுப் பெறும் குருமார்கள், கொஞ்சம் இடம் கிடைத்தாலும், அரசுகளையே அபகரித்துக் கொள்வார்கள் - இதற்கு மாபலி புராணமே போதும் - என்று விதண்டாவாதிகள், மக்களிடம் சொல்லி வைத்திருக்கிறார்கள் - அதனால்தான், மாபலிகதை கூறவேண்டாம்...”

“மற்றக் கதைகளை...”

“கூறுங்கள்... ஆனால் எதைச் சொன்னாலும், கொஞ்சம் திரைமறைவுடன் சொல்லவேண்டும்...! எதற்கும் நாம் பொறுமையை இழந்துவிடக்கூடாது! புத்த மார்க்கம் பெரும்புயல்தான், எனினும் அதைச் சமாளிக்கும் வலிமை நமக்கு உண்டு என்ற நம்பிக்கை நிரம்பவேண்டும். பாருங்களேன், அதிசயத்தை! சிங்காரமாளிகை வாழ்வை இழந்து, சிறைக்கோட்டம். செல்லத் துணிந்து மருதவல்லி, மீண்டும் சீமாட்டியாகி விடச் சம்மதிக்க வில்லையா! நவகோடியார், எவ்வளவு திறமையாக - வெற்றி பெற்றிருக்கிறார், கவனியுங்கள்! மருதவல்லியின் மனம் மாறினதை, மகத்தான புண்ய கதையாக்கி மக்களிடம் கூறவேண்டும்.”

“காரிருளிலே தோன்றும் மின்னல்போல இருக்கிறது, மருதவல்லியின் மனமாற்றச் சம்பவம். தோன்றி மறைந்திடும் மின்னலாகி விடக்கூடாது மருதவல்லி சம்பவம். அதை ‘திவ்யஜோசி”யாக்கிக் காட்ட வேண்டும். மருதவல்லி, பிக்ஷுக்களின் பொய்யுரைகளைக் கேட்டு மயங்கினாள். கணவனை எதிர்த்தாள், பதியை விட்டுப் பிரிவது மாபாபம் என்ற சாதாரண அறிவையும் இழந்தாள், ஆனால் நவகோடியார் பரமபக்தர், தெய்வநம்பிக்கை உள்ளவர், எனவே அவர் எப்படியும் எம்பெருமான் அந்தப் பேதைப் பெண்ணின் அஞ்ஞானத்தைப் போக்கி ரட்சிப்பார் என்ற திடசித்தத்துடன், பகவானைப் பூஜித்து வந்தார், விசேஷ பூஜைகள் நடத்தினார்; அதன் பலனாக, மருதவல்லியின் அஞ்ஞானம் அழிந்தது, புது மார்க்கம் ஒருபுரட்டு என்பதை உணர்ந்தாள். கசிந்து கண்ணீர் மல்கி, கணவன் பாதத்தில் வீழ்ந்து வணங்கினாள். நவகோடியார், “என் பாதத்தில் வீழ்ந்துவணங்கினாள் என்ன பலன்? பெண்ணே! ஐயன் பொற்பாத கமலத்தை வணங்கு - அவர் உன் பாபத்தைப் போக்குவார், அருள் பாலிப்பார்” என்று உபதேசம் செய்தார். மருதவல்லி இப்போது புதியதோர் முகதேஜஜோடு இருக்கிறார்! - இப்படியும் இதைவிட ரசமாகவும், கூறவேண்டும். மருதவல்லியின் மனமாற்றச்சம்பவம், கலம் உடைபட்டபோது கிடைத்த தெப்பக்கட்டை போன்றது! பக்குவமாகப் பயன்படுத்த வேண்டும்.”

* * *

மருதவல்லி மாளிகை திரும்பிய சம்பவம், வைதீக வட்டாரத்திலே ஒரு திருவிழாவாகக் கருதப்பட்டது. எங்கும் இதே பேச்சுதான்! ஒவ்வொருவர் ஒவ்வோர் வகையான விளக்கமளித்தனர் இதற்கு. மருதவல்லியோ, யாரிடமும் இது பற்றி ஏதும் பேசுதில்லை - மனத்திலே ஏதோ ஓர் தீர்மானமிருக்கிறது என்பது, முகத்திலே தெளிவாகத் தெரிந்தது. நவகோடியார், ஊரிலே கம்பீரமாக உலவினார்.

வேலுடையான் கோவிலிலே விசேஷ பூஜைக்கு நாள் குறித்துவிட்டார் நவகோடியார். பூஜை நாளன்று மருதவல்லி ஆலயம் சென்று தரிசம் செய்வது என்றும் பிறகு அங்குக் கூடிடும் பக்தர்களிடம் புதிய மார்க்கத்தை விட்டுத்தான் விலகி காரணத்தை எடுத்துரைப்பது பழைய மார்க்கத்தின் மேன்மையை விளக்குவது என்றும் ஏற்பாடு செய்யப்பட்டிருந்தது. மன்னன் வரையில் சேதி சென்றது; மண்டிலமே திடுக்கிட்டது, தானப்பன் அரசகுருவே ஆகிவிடக்கூடும் என்று பேசிக்கொள்ளப்பட்டது.

பழைய மார்க்கத்துக்குத் திரும்பும் புனிதவதியை வாழ்த்தினர் பலர்.

செல்வர்களின் காணிக்கை செலுத்தினர் - மருதவல்லி மூலம், விசேஷ பூஜாநாளன்று வேலுடையான் கோவிலுக்குத்தர.

மருதவல்லியும், நவகோடியாரிடம் காணிக்கை கேட்டாள் - விலையுயர்ந்த பவழமாலைகள்!! ஆபத்து நீங்கும். அந்தஸ்து உயரும் என்ற மகிழ்ச்சியில், நவகோடியார் பவழமாலைகளைக் கொண்டுவந்து குவித்தார். அவற்றை அணிந்துகொண்டு, தன் உருவைத் தானே பார்த்துச் சிரித்தாள் மருதவல்லி.

"இது என்ன பைத்தியம் மருதம்! பவழமாலையிடம் இவ்வளவு பைத்தியமா உனக்கு? வைரம் இருக்கிறது விலையுயர்ந்த வேறு மாலைகள் உள்ளன" என்றார் நவகோடி. எனக்குப் பவழம் என்றால் கொள்ளை ஆசை என்று கூறினாள் மருதவல்லி.

அதிர்வேட்டுகள் முழங்கின! மறுநாள் விசேஷ பூஜைக்கு அறிவிப்புகள். மருதவல்லியின் மாளிகையிலே வேதம் ஓதப்பட்டது. பஜனைக் கோஷ்டிகள் வீதிகளில் வலம் வந்தன.

வெண்ணிலாவுக்குப் புதிய வைரமாலையைத் தந்து மகிழ்ந்தான் தானப்பன்.

நள்ளிரவு! கவிராயர் கவலையுடன் படுத்துப் புரண்டுகொண்டிருக்கிறார். காசநோய்க்காரரின் இருமல் இங்கு அதிர்வேட்டென இருக்கிறது. மருதவல்லி இரைக்க இரைக்க ஓடிவந்தாள் - தலைமீது இருந்த மூட்டையைக் கீழே போட்டாள்.

"அப்பா! அப்பா!"

"யாரது? என் மகளா? மருதமா?"

"ஆமப்பா, நான்தான் அப்பா!"

"மகளே! இதென்ன நள்ளிரவில்"

"கடைசி இரவு அப்பா இது... அதோ உங்கள் காலடியில் இருப்பது பவழமாலைகள்... பவழ பஸ்பம் வேண்டுமளவுக்கு தயாரிக்கலாம்... இவ்வளவும் தான் தார்... நாளைக்குக் காட்டிக் கொடுக்கும் விழா!... நான் உயிரோடு இருக்குமட்டும் அவருக்கு ஆபத்துத்தான்... பவழ பஸ்பம் தயாரித்து இவர்களைக் காப்பாற்று. என்னால் இவ்வளவுதான் முடிந்தது... இதற்குமேல் தொண்டாற்ற முடியாதப்பா... புத்தமார்க்கத்துக்கு என் சேவை இந்த அளவு தானப்பா... நல்ல பவழமப்பா, நல்ல பவழம்... விலை உயர்ந்த பவழம் மருத்துவர் கேட்டபடி... பவழ பஸ்பம்... பவழம் பஸ்பம்...!!

* * *

கோவெனக் கதறினார் கவிராயர், உடன் இருந்தோர் அலறி எழுந்தனர், மருதவல்லியின் பிணத்தைக் கண்டனர். விஷம் வென்றுவிட்டது.

(திராவிட நாடு - 1954)

★★★

9 788198 796318

Printed at Repro India Ltd.